The Sinister Truth: An Input Down able Crime Drama

నిగూఢ సత్యం: లోతు అవకాశమున్న నేర నాటకం

D9900364

Devika Reddy

TABLE OF CONTENT

Introduce the protagonist, a seemingly ordinary person drawn into a dark world.

Establish the central mystery: a series of seemingly unrelated crimes with a sinister undercurrent.

Hint at the protagonist's hidden skills or potential, piquing the reader's interest.

Introduce a key antagonist, shrouded in ambiguity, leaving room for suspicion.

Deepen the protagonist's involvement in the mystery, forcing them to confront danger.

Explore the hidden world behind the crimes, revealing its unsettling nature and power dynamics.

Introduce key allies or accomplices, each with their own motivations and secrets.

Raise the stakes, increasing the threat and urgency for the protagonist.

Chapter 3: The Twisted Trail   27

- Delve into the investigation, uncovering clues and leads that seem contradictory or impossible.

- Introduce red herrings and false suspects, keeping the reader guessing.

- Explore the protagonist's internal conflict as they grapple with the moral complexities of the situation.

- Provide glimpses of the antagonist's true motives, adding to the sense of unease and danger.

Chapter 4: The Turning Point   36

- The protagonist makes a critical discovery that changes the course of the investigation.

- Loyalties are tested, leading to betrayals and alliances.

- The antagonist makes a bold move, forcing the protagonist to take decisive action.

- The stakes rise even higher, with potential for significant loss or victory.

Chapter 5: The Plunge into the Abyss 45

The protagonist faces a major obstacle or setback, testing their resolve and resourcefulness.

The world around them becomes increasingly dark and morally ambiguous.

The lines between good and evil blur, forcing the protagonist to make difficult choices.

The true scope and nature of the antagonist's plan is revealed, adding to the sense of urgency and danger.

Chapter 6: The Fight for Survival 54

The protagonist confronts their greatest challenge yet, facing the antagonist head-on.

The action intensifies, showcasing the protagonist's skills and determination.

Unexpected twists and turns keep the reader on the edge of their seat.

The outcome hangs in the balance, leaving the reader uncertain of the ultimate victor.

Chapter 7: The Cost of Victory (or Defeat) 64

- The consequences of the protagonist's actions are explored, whether triumphant or tragic.

- The true cost of the investigation and the battle against the antagonist is revealed.

- The protagonist grapples with the emotional and psychological impact of their experiences.

- Closure is provided for some plot threads, while others remain open for interpretation.

విషయసూచిక

అధ్యాయం 1: వేటు

పరిచయం: సాధారణ జీవితం ఉన్నట్లు కనిపించే కథానాయకుడు, చీకటి ప్రపంచంలోకి లాగబడతాడు.

కేంద్ర రహస్యం: సంబంధం లేనిట్లు కనిపించే నేరాల శ్రేణి, దాని వెనుక అరిష్ట శక్తులు పనిచేస్తున్నాయి.

కథానాయకుడి దాచిన నైపుణ్యాలు లేదా సామర్థ్యాల సూచన, పాఠకుల ఆసక్తిని రేకెత్తిస్తుంది.

ప్రధాన ప్రతినాయకుడి పరిచయం, అస్పష్టంగా, అనుమానాలకు ఆస్కారం ఇస్తూ.

అధ్యాయం 2: చీకటిలోకి పతనం

రహస్యంలో కథానాయకుడి పాత్ర లోతు అవుతుంది, ప్రమాదాలను ఎదుర్కోవలసి వస్తుంది.

నేరాల వెనుక ఉన్న దాచిన ప్రపంచాన్ని, దాని కలవరపెట్టే స్వభావం మరియు శక్తి సంబంధాలను బహిర్కరిస్తుంది.

ముఖ్యమైన సహాయకులు లేదా సహచరుల పరిచయం, వారికి ప్రత్యేకమైన ప్రేరణలు మరియు రహస్యాలు ఉంటాయి.

పరిస్థితి యొక్క నైతిక సంక్లిష్టతలతో కథానాయకుడు పోరాడుతూ, పందాలు పెరుగుతాయి.

అధ్యాయం 3: వంకర మార్గం

- దర్యాప్తులో లోతుగా దిగి, పరస్పర విరుద్ధంగా లేదా అసాధ్యంగా అనిపించే ఆధారాలు మరియు సూచనలను బయటపరుస్తుంది.
- పాఠకులను ఉత్కంఠలో పెట్టేలా, చిక్కులు మరియు తప్పు సందేహాస్పదులు పరిచయం చేస్తుంది.
- పరిస్థితి యొక్క నైతిక సంక్లిష్టతలతో కథానాయకుడు పోరాడుతూ, అంతర్గత ఘర్షణను అన్వేషిస్తుంది.
- ప్రతినాయకుడి నిజమైన ఉద్దేశ్యాల యొక్క చిత్రాలు, ఉపశమనం లేని ప్రమాద భావాన్ని పెంచుతాయి.

అధ్యాయం 4: మలుపు

- కథానాయకుడు దర్యాప్తు దిశను మార్చే కీలకమైన ఆవిష్కరణ చేస్తాడు.
- విధేయతలు పరీక్షించబడతాయి, ద్రోహాలు మరియు కూటమికి దారితీస్తాయి.
- ప్రతినాయకుడు ధైర్యమైన చర్య తీసుకుంటాడు, కథానాయకుడిని నిర్ణయాత్మక చర్య తీసుకోవలసి వస్తుంది.
- గణనీయమైన నష్టం లేదా విజయం యొక్క అవకాశంతో పందాలు మరింత పెరుగుతాయి.

అధ్యాయం 5: అగాధంలో పతనం

కథానాయకుడు తీవ్ర అడ్డంకి లేదా వెనుకబాటును ఎదుర్కొంటాడు, వారి సంకల్పం మరియు తెలివిని పరీక్షిస్తూ.

చుట్టుపక్కల ప్రపంచం చీకటిమయమవుతుంది, నైతికంగా అస్పష్టంగా మారుతుంది.

మంచి చెడువుల మధ్య గీతలు అలిగిపోతాయి, కథానాయకుడిని కష్టమైన ఎంపికలు చేయవలసి వస్తుంది.

ప్రతినాయకుడి ప్రణాళిక యొక్క నిజమైన పరిధి మరియు స్వభావం బయటపడుతుంది, ఆతృత మరియు ప్రమాద భావాన్ని పెంచుతాయి.

అధ్యాయం 6: మనుగూడు పోరాటం

కథానాయకుడు ఇప్పటివరకు అతి పెద్ద సవాలును ఎదుర్కొంటాడు, ప్రతినాయకుడిని నేరుగా ఎదురుకుంటాడు.

కథానాయకుడి నైపుణ్యాలు మరియు సంకల్పాన్ని ప్రదర్శిస్తూ, చర్య తీవ్రతరం అవుతుంది.

ఊహించని మలుపులు మరియు మలుపులు పాఠకులను ఉత్కంఠలో ఉంచుతాయి.

ఫలితం అనిశ్చతింగా ఉంటుంది, పాఠకులకు చివరి విజేత ఎవరో తెలియదు.

అధ్యాయం 7: విజయం (లేదా ఓటమి) యొక్క ధర

- కథానాయకుడి చర్యల పరిణామాలు, విజయవంతమైనవి అయినా దుర్ఘటనలు సంభవించినా, పరిశీలించబడతాయి.

- దర్యాప్తు మరియు ప్రతినాయకుడితో పోరాటం యొక్క నిజమైన ధర బయటపడుతుంది.

- కథానాయకుడు తన అనుభవాల యొక్క భావోద్వేగపరమైన మరియు మానసిక ప్రభావాన్ని ఎదుర్కొంటాడు.

- కొన్ని కథనాల సూత్రాలకు ముగింపు ఇవ్వబడుతుంది, మరికొన్ని చర్చనకు అందుబాటులో ఉంటాయి.

Chapter 1: The Hook

అధ్యాయం 1: వేటు

పరిచయం: సాధారణ జీవితం ఉన్నట్లు కనిపించే కథానాయకుడు, చీకటి ప్రపంచంలోకి లాగబడతాడు.

పద్యం

సాధారణ జీవితం ఉన్నట్లు కనిపించే కథానాయకుడు, చీకటి ప్రపంచంలోకి లాగబడతాడు. అతని జీవితం ఒక క్షణంలో మారుతుంది, అతను ఎప్పటికీ తిరిగి రాని ప్రపంచంలోకి ప్రవేశిస్తాడు.

కథ

ఒకప్పుడు ఒక యువకుడు ఉండేవాడు. అతని పేరు రాజు. అతను ఒక సాధారణ కుటుంబంలో పుట్టాడు మరియు ఒక సాధారణ జీవితాన్ని గడిపాడు. అతను ఒక ప్రభుత్వ ఉద్యోగిగా పనిచేసాడు మరియు అతని భార్యతో ఒక సంతోషకరమైన జీవితాన్ని గడిపాడు.

ఒక రోజు, రాజు తన పనిలో ఒక అసాధారణమైన ఫైల్‌ను కనుగొన్నాడు. ఫైల్‌లో ఒక రహస్య ప్రపంచం గురించి సమాచారం ఉంది, దీనిని "చీకటి ప్రపంచం" అని పిలుస్తారు. చీకటి ప్రపంచం ఒక భయంకరమైన ప్రపంచం, దీనిని చెడు శక్తులు పాలిస్తాయి.

రాజు ఆ ఫైల్‌పై ఆసక్తి కలిగి ఉన్నాడు మరియు దాని గురించి మరింత తెలుసుకోవాలనుకున్నాడు. అతను తన పరిశోధనను ప్రారంభించాడు మరియు చీకటి ప్రపంచం గురించి చాలా విషయాలు నేర్చుకున్నాడు.

రాజు తన పరిశోధనలో మునిగిపోయాడు. అతను చీకటి ప్రపంచం గురించి ఎంత ఎక్కువ తెలుసుకున్నాడు, అతనికి అది మరింత ఆకర్షణీయంగా అనిపించింది. అతను చీకటి ప్రపంచంలోకి ప్రవేశించాలని కోరుకున్నాడు.

ఒక రోజు, రాజు చీకటి ప్రపంచంలోకి ప్రవేశించడానికి సాహసించాడు. అతను ఒక అద్భుతమైన ప్రపంచంలోకి ప్రవేశించాడు, ఇది అతని కలలను అధిగమించింది. కానీ అతను త్వరగా తెలుసుకున్నాడు, చీకటి ప్రపంచం అంత ఆకర్షణీయం కాదు.

చీకటి ప్రపంచంలో, రాజు చెడు శక్తులను ఎదుర్కొన్నాడు. అతను చాలా ప్రమాదాలను ఎదుర్కొన్నాడు. అతను తన జీవితాన్ని కోల్పోయాడని అనుకున్న క్షణాలు ఉన్నాయి.

అయితే, రాజు తన జీవితాన్ని కాపాడటానికి మరియు చీకటి ప్రపంచం నుండి తప్పించుకోవడానికి పోరాడాడు. చివరికి, అతను విజయం సాధించాడు మరియు చీకటి ప్రపంచం నుండి తప్పించుకున్నాడు.

కేంద్ర రహస్యం: సంబంధం లేనిట్లు కనిపించే నేరాల శ్రేణి, దాని వెనుక అరిష్ట శక్తులు పనిచేస్తున్నాయి.

పద్యం

సంబంధం లేనిట్లు కనిపించే నేరాల శ్రేణి, దాని వెనుక అరిష్ట శక్తులు పనిచేస్తున్నాయి. ఒక యువ అధికారి ఈ రహస్యాన్ని ఛేదించడానికి ప్రయత్నిస్తాడు, అతను తన జీవితాన్ని కూడా ప్రమాదంలో పడతాడు.

కథ

ఒకప్పుడు ఒక యువ అధికారి ఉండేవాడు. అతని పేరు సురేష్. అతను ఒక సాధారణ కుటుంబంలో పుట్టాడు, కానీ అతనికి ఒక గొప్ప పోలీస్ అధికారి కావాలనే కల ఉండేది.

సురేష్ తన కలను సాధించడానికి కష్టపడి పనిచేశాడు. అతను పోలీస్ అకాడమీలో శిక్షణ పొందాడు మరియు తన పనిలో చాలా ప్రతిభావంతుడయ్యాడు.

ఒక రోజు, సురేష్ ఒక సంబంధం లేనిట్లు కనిపించే నేరాల శ్రేణి గురించి తెలుసుకున్నాడు. ఈ నేరాలలో ఒక పాఠశాల ఉపాధ్యాయుడు, ఒక వ్యాపారవేత్త మరియు ఒక ప్రభుత్వ అధికారి హత్య చేయబడ్డారు.

సురేష్ ఈ నేరాలను ఛేదించడానికి నిర్ణయించుకున్నాడు. అతను తన పరిశోధనను ప్రారంభించాడు మరియు ఈ నేరాలకు సంబంధం ఉన్న కనెక్షన్లను కనుగొనడానికి ప్రయత్నించాడు.

సురేష్ తన పరిశోధనలో మునిగిపోయాడు. అతను ఈ నేరాల గురించి ఎంత ఎక్కువ తెలుసుకున్నాడు, అతనికి అవి ఎంత ఆసక్తికరంగా అనిపించాయి.

చివరికి, సురేష్ ఈ నేరాలకు సంబంధం ఉన్న అరిష్ట శక్తులను కనుగొన్నాడు. ఈ శక్తులు ఒక రహస్య సంస్థకు చెందినవి, ఇది ప్రపంచాన్ని స్వాధీనం చేసుకోవాలనుకుంటుంది.

సురేష్ ఈ సంస్థను అడ్డుకోవడానికి నిర్ణయించుకున్నాడు. అతను ఈ సంస్థ యొక్క కార్యకలాపాల గురించి విచారణ చేయడం ప్రారంభించాడు.

సురేష్ తన పనిలో కొనసాగే కొద్దీ, అతను తన జీవితాన్ని కూడా ప్రమాదంలో పడతాడు. ఈ సంస్థ అతన్ని చంపడానికి ప్రయత్నిస్తుంది.

అయితే, సురేష్ తన జీవితాన్ని కాపాడటానికి మరియు ఈ సంస్థను అడ్డుకోవడానికి పోరాడాడు. చివరికి, అతను విజయం సాధించాడు మరియు ఈ సంస్థను నాశనం చేశాడు.

కథానాయకుడి దాచిన నైపుణ్యాలు లేదా సామర్థ్యాల సూచన, పాఠకుల ఆసక్తిని రేకెత్తిస్తుంది.

పద్యం

కథానాయకుడు సాధారణ వ్యక్తిగా కనిపించినా, అతనిలో దాచిన నైపుణ్యాలు లేదా సామర్థ్యాలు ఉంటాయి. ఈ నైపుణ్యాలు లేదా సామర్థ్యాలు పాఠకుల ఆసక్తిని రేకెత్తిస్తాయి.

కథ

ఒకప్పుడు ఒక చిన్న గ్రామంలో ఒక యువకుడు ఉండేవాడు. అతని పేరు రాజు. అతను ఒక సాధారణ వ్యక్తిగా కనిపించాడు. అతను ఒక రైతుగా పనిచేసాడు మరియు అతని కుటుంబాన్ని పోషించాడు.

రాజు సాధారణ వ్యక్తిగా కనిపించినా, అతనిలో దాచిన నైపుణ్యాలు ఉన్నాయి. అతను ఒక గొప్ప పోరాటకారుడు మరియు అతనికి అత్యాధునిక ఆయుధాలపై అద్భుతమైన నైపుణ్యం ఉంది.

ఒక రోజు, రాజు తన గ్రామాన్ని ఒక దుష్ట రాజు దండెత్తినప్పుడు, అతను తన దాచిన నైపుణ్యాలను బయటకు తీసుకురావాల్సి వచ్చింది. అతను దుష్ట రాజు సైన్యాన్ని ఓడించాడు మరియు తన గ్రామాన్ని రక్షించాడు.

రాజు యొక్క దాచిన నైపుణ్యాలు పాఠకుల ఆసక్తిని రేకెత్తించాయి. రాజు ఒక సాధారణ వ్యక్తి అని ప్రారంభంలో పాఠకులు అనుకుంటారు, కానీ అతను ఒక గొప్ప పోరాటకుడు అని తెలుసుకున్నప్పుడు, వారు ఆశ్చర్యపోతారు.

ఈ సూచన పాఠకులను కథను చదవడానికి మరింత ఆసక్తిగా ఉంచుతుంది. వారు రాజు యొక్క దాచిన నైపుణ్యాలు ఎలా ఉపయోగించబడతాయో తెలుసుకోవాలనుకుంటారు.

కథానాయకుడి దాచిన నైపుణ్యాలు లేదా సామర్థ్యాలను సూచించడానికి కొన్ని మార్గాలు:

- కథానాయకుడు ఒక సాధారణ వ్యక్తిగా కనిపించవచ్చు, కానీ అతను ఒక అద్భుతమైన కళాకారుడు, సంగీతకారుడు లేదా క్రీడాకారుడు అని మీరు సూచించవచ్చు.

- కథానాయకుడు ఒక సాధారణ వ్యక్తిగా కనిపించవచ్చు, కానీ అతను ఒక గొప్ప పోరాటకారుడు, స్పై లేదా హీరో అని మీరు సూచించవచ్చు.

- కథానాయకుడు ఒక సాధారణ వ్యక్తిగా కనిపించవచ్చు, కానీ అతను ఒక అద్భుతమైన రహస్యాన్ని కలిగి ఉందని మీరు సూచించవచ్చు.

ఈ సూచనలు పాఠకుల ఆసక్తిని రేకెత్తిస్తాయి మరియు కథను చదవడానికి వారిని ప్రోత్సహిస్తాయి.

ప్రధాన ప్రతినాయకుడి పరిచయం, అస్పష్టంగా, అనుమానాలకు ఆస్కారం ఇస్తూ.

పద్యం

అస్పష్టంగా, అనుమానాలకు ఆస్కారం ఇస్తూ, ప్రధాన ప్రతినాయకుడు పరిచయమవుతాడు. అతని గురించి ఎక్కువ తెలియదు, కానీ అతను ఒక ప్రమాదకరమైన వ్యక్తి అని స్పష్టంగా తెలుస్తుంది.

కథ

ఒకప్పుడు ఒక చిన్న గ్రామం ఉండేది. గ్రామం చాలా సురక్షితంగా ఉండేది, ఎప్పుడూ ఏమీ జరగలేదు.

ఒక రోజు, గ్రామంలో ఒక అద్భుతమైన వ్యక్తి కనిపించాడు. అతను చాలా అందంగా మరియు ప్రభావవంతంగా ఉన్నాడు. అతను గ్రామస్తులతో చాలా బాగా కలిసిపోయాడు మరియు వారు అతన్ని త్వరగా ఇష్టపడ్డారు.

అయితే, కొంతమంది గ్రామస్థులు ఆ వ్యక్తి గురించి అనుమానించడం ప్రారంభించారు. అతను ఎక్కడి నుండి వచ్చాడు? అతను ఏమి చేయడానికి ఇక్కడ ఉన్నాడు?

ఒక రోజు, గ్రామంలో ఒక ఘటన జరిగింది. ఒక గ్రామస్థుడు హత్య చేయబడ్డాడు. అతని మరణం గురించి పోలీసులు దర్యాప్తు చేస్తున్నప్పుడు, వారు ఆ వ్యక్తిని కనుగొన్నారు.

పోలీసులు ఆ వ్యక్తిని అదుపులోకి తీసుకున్నారు మరియు అతనిని విచారించడం ప్రారంభించారు. అతను హత్యకు

పాల్పడ్డాడని అతను అంగీకరించాడు, కానీ అతను ఎందుకు చేశాడో చెప్పలేకపోయాడు.

ఆ వ్యక్తి గురించి మరింత తెలుసుకోవడానికి పోలీసులు ప్రయత్నించారు, కానీ వారు ఏమీ కనుగొనలేకపోయారు. అతని గురించి ఎటువంటి రికార్డులు లేవు, అతను ఎక్కడి నుండి వచ్చాడో ఎవరికీ తెలియదు.

ఆ వ్యక్తి ఒక రహస్యం. అతని గురించి ఏమీ తెలియదు, కానీ అతను ఒక ప్రమాదకరమైన వ్యక్తి అని స్పష్టంగా తెలుస్తుంది.

పరిచయాన్ని అస్పష్టంగా మరియు అనుమానాలకు ఆస్కారం ఇవ్వడానికి కొన్ని మార్గాలు:

- ప్రతినాయకుడి గురించి చాలా తక్కువ సమాచారాన్ని అందించండి.
- ప్రతినాయకుడి చర్యలకు ఎటువంటి స్పష్టమైన కారణాన్ని అందించకండి.
- ప్రతినాయకుడి గురించి ఊహాత్మకమైన లేదా భయంకరమైన భావాలను రేకెత్తించండి.

ఈ మార్గాలను ఉపయోగించడం ద్వారా, మీరు ప్రధాన ప్రతినాయకుడిని ఒక శక్తివంతమైన మరియు ఆసక్తికరమైన పాత్రగా సృష్టించవచ్చు.

Chapter 2: Descent into Darkness

అధ్యాయం 2: చీకటిలోకి పతనం

రహస్యంలో కథానాయకుడి పాత్ర లోతు అవుతుంది, ప్రమాదాలను ఎదుర్కోవలసి వస్తుంది.

పద్యం

రహస్యం కథానాయకుడి పాత్రను లోతుగా మారుస్తుంది, ప్రమాదాలను ఎదుర్కోవడానికి అతన్ని సిద్ధం చేస్తుంది. అతను తన బలాలు మరియు బలహీనతలను తెలుసుకుంటాడు, మరియు అతను ఒక శక్తివంతమైన వ్యక్తిగా ఎదగడానికి ప్రారంభిస్తాడు.

కథ

ఒకప్పుడు ఒక యువకుడు ఉండేవాడు. అతని పేరు రాజు. అతను ఒక సాధారణ వ్యక్తిగా కనిపించాడు, కానీ అతనిలో ఒక రహస్యం ఉంది.

రాజు ఒక అద్భుతమైన శక్తిని కలిగి ఉన్నాడు. అతను గాలిలో ఎగరగలడు మరియు రాళ్లను ఊపిరితో చిత్తు చేయగలడు. అతను ఈ శక్తిని ఎప్పుడూ ఉపయోగించలేదు, కానీ అది అతనిలో ఎప్పుడూ ఉంది.

ఒక రోజు, రాజు తన గ్రామాన్ని ఒక దుష్ట రాజు దండెత్తినప్పుడు, అతను తన శక్తిని ఉపయోగించాల్సి వచ్చింది. అతను దుష్ట రాజు సైన్యాన్ని ఓడించాడు మరియు తన గ్రామాన్ని రక్షించాడు.

ఈ అనుభవం రాజు యొక్క పాత్రను లోతుగా మార్చింది. అతను తన బలాలు మరియు బలహీనతలను తెలుసుకున్నాడు, మరియు అతను ఒక శక్తివంతమైన వ్యక్తిగా ఎదగడానికి ప్రారంభించాడు.

రాజు తన శక్తిని ఉపయోగించి, అతను ప్రపంచం నుండి చెడును తొలగించడానికి ప్రయత్నించాడు. అతను అనేక ప్రమాదాలను ఎదుర్కొన్నాడు, కానీ అతను ఎల్లప్పుడూ విజయం సాధించాడు.

రాజు యొక్క పాత్ర లోతుగా మారడానికి కొన్ని మార్గాలు ఇక్కడ ఉన్నాయి:

- రహస్యం రాజును ఎలా ప్రభావితం చేస్తుందో చూపించండి. ఇది అతని భయాలు, ఆశలు మరియు కలలను ఎలా మారుస్తుంది?

- రహస్యం రాజును ఎలా పెంచుతుందో చూపించండి. ఇది అతని నైపుణ్యాలు, నమ్మకాలు మరియు విలువలను ఎలా మారుస్తుంది?

- రహస్యం రాజును ఎలా ప్రమాదంలో పడేలా చేస్తుందో చూపించండి. ఇది అతనికి ఎలాంటి భౌతిక లేదా మానసిక ప్రమాదాలను కలిగిస్తుంది?

ఈ మార్గాలను ఉపయోగించడం ద్వారా, మీరు రహస్యం రాజు యొక్క పాత్రను లోతుగా మరియు ఆసక్తికరంగా చేయవచ్చు.

నేరాల వెనుక ఉన్న దాచిన ప్రపంచాన్ని, దాని కలవరపెట్టే స్వభావం మరియు శక్తి సంబంధాలను బహిర్కరిస్తుంది.

పద్యం

నేరాల వెనుక ఉన్న దాచిన ప్రపంచం, కలవరపెట్టే స్వభావం మరియు శక్తి సంబంధాలు, ఇవి కథకుడి కళ్ళ ద్వారా బహిర్గతమవుతాయి.

కథ

ఒకప్పుడు ఒక యువ కథకుడు ఉండేవాడు. అతని పేరు సురేష్. అతను ఒక ప్రతిభావంతుడు, కానీ అతను ఏమి రాయాలనే దానిపై అతనికి ఖచ్చితంగా తెలియదు.

ఒక రోజు, సురేష్ ఒక నేరాన్ని చూశాడు. అతను అసహ్యం వేసుకున్నాడు, కానీ అతను ఆశ్చర్యపోయాడు. అతను ఎప్పుడూ నేరాన్ని దగ్గరగా చూడలేదు.

ఈ అనుభవం సురేష్ను ప్రభావితం చేసింది. అతను నేరాల గురించి రావాలని నిర్ణయించుకున్నాడు. అతను నేరాల వెనుక ఉన్న దాచిన ప్రపంచాన్ని తెలుసుకోవాలనుకున్నాడు.

సురేష్ నేరాల గురించి చాలా పరిశోధన చేశాడు. అతను నేరగాళ్లను కలిసి, నేర దర్యాప్తు అధికారులతో మాట్లాడాడు. అతను నేరాల గురించి చాలా విషయాలు నేర్చుకున్నాడు.

సురేష్ ఈ సమాచారాన్ని ఉపయోగించి ఒక నవల రాశాడు. నవల నేరాల వెనుక ఉన్న దాచిన ప్రపంచాన్ని, దాని

కలవరపెట్టే స్వభావం మరియు శక్తి సంబంధాలను బహిర్గతం చేసింది.

నవల విజయవంతమైంది. ఇది ప్రజలను నేరాల గురించి మరింత తెలుసుకోవడానికి ప్రేరేపించింది.

నేరాల వెనుక ఉన్న దాచిన ప్రపంచాన్ని బహిర్గతం చేయడానికి కొన్ని మార్గాలు:

- నేరగాళ్ల పాత్రలను లోతుగా అధ్యయనం చేయండి. వారి చర్యలకు కారణాలు ఏమిటి? వారి లక్ష్యాలు ఏమిటి?
- నేర దర్యాప్తు ప్రక్రియను అర్థం చేసుకోండి. నేరగాళ్లను పట్టుకోవడానికి పోలీసులు ఏమి చేస్తారు?
- నేరాల రాజకీయ మరియు ఆర్థిక అంశాలను పరిగణించండి. నేరాలు ఎలా ప్రభుత్వం మరియు ఆర్థిక వ్యవస్థను ప్రభావితం చేస్తాయి?

ఈ అంశాలను పరిగణనలోకి తీసుకోవడం ద్వారా, మీరు నేరాల వెనుక ఉన్న దాచిన ప్రపంచాన్ని మరింత లోతుగా అర్థం చేసుకోవచ్చు.

ముఖ్యమైన సహాయకులు లేదా సహచరుల పరిచయం, వారికి ప్రత్యేకమైన ప్రేరణలు మరియు రహస్యాలు ఉంటాయి.

పద్యం

ముఖ్యమైన సహాయకులు లేదా సహచరులు, వారికి ప్రత్యేకమైన ప్రేరణలు మరియు రహస్యాలు ఉంటాయి. వారు కథానాయకుడి ప్రయాణంలో ముఖ్యమైన పాత్ర పోషిస్తారు.

కథ

ఒకప్పుడు ఒక యువకుడు ఉండేవాడు. అతని పేరు రాజు. అతను ఒక సాధారణ వ్యక్తిగా కనిపించాడు, కానీ అతనిలో ఒక గొప్ప రహస్యం ఉంది.

రాజు ఒక అద్భుతమైన శక్తిని కలిగి ఉన్నాడు. అతను గాలిలో ఎగరగలడు మరియు రాళ్లను ఊపిరితో చిత్తు చేయగలడు. అతను ఈ శక్తిని ఎప్పుడూ ఉపయోగించలేదు, కానీ అది అతనిలో ఎప్పుడూ ఉంది.

ఒక రోజు, రాజు తన గ్రామాన్ని ఒక దుష్ట రాజు దండెత్తినప్పుడు, అతను తన శక్తిని ఉపయోగించాల్సి వచ్చింది. అతను దుష్ట రాజు సైన్యాన్ని ఓడించాడు మరియు తన గ్రామాన్ని రక్షించాడు.

రాజు తన శక్తిని ఉపయోగించి, అతను ప్రపంచం నుండి చెడును తొలగించడానికి ప్రయత్నించాడు. అతను అనేక ప్రమాదాలను ఎదుర్కొన్నాడు, కానీ అతను ఎల్లప్పుడూ విజయం సాధించాడు.

రాజు తన ప్రయాణంలో అనేక ముఖ్యమైన సహాయకులు మరియు సహచరులను కలుసుకున్నాడు. ఈ వ్యక్తులు రాజుకు ప్రత్యేకమైన ప్రేరణలు మరియు రహస్యాలను కలిగి ఉన్నారు.

రాజు యొక్క ముఖ్యమైన సహాయకులలో ఒకరు అతని స్నేహితుడు, రాము. రాము ఒక బలమైన మరియు నమ్మకమైన వ్యక్తి. అతను రాజును ఎల్లప్పుడూ సహాయం చేయడానికి సిద్ధంగా ఉంటాడు.

రాజు యొక్క మరొక ముఖ్యమైన సహాయకుడు అతని ప్రేయసి, సీత. సీత ఒక తెలివైన మరియు ధైర్యవంతమైన మహిళ. అతనికి మార్గనిర్దేశం మరియు ప్రేమను అందిస్తుంది.

ఈ సహాయకులు మరియు సహచరులు రాజు ప్రయాణంలో ముఖ్యమైన పాత్ర పోషించారు. వారు అతనికి బలం, మద్దతు మరియు ప్రేమను అందించారు.

ముఖ్యమైన సహాయకులు లేదా సహచరులను సృష్టించడానికి కొన్ని మార్గాలు:

- వారి ప్రేరణలను స్పష్టంగా నిర్వచించండి. వారు ఏమి కోరుకుంటున్నారు? వారి లక్ష్యాలు ఏమిటి?
- వారి రహస్యాలను కనుగొనండి. వారి గురించి ఏమి తెలియదు? వారు ఏమి దాచుకుంటున్నారు?

పరిస్థితి యొక్క నైతిక సంక్లిష్టతలతో కథానాయకుడు పోరాడుతూ, పందాలు పెరుగుతాయి.

పద్యం

పరిస్థితి యొక్క నైతిక సంక్లిష్టతలతో, కథానాయకుడు పోరాడుతున్నాడు. పందాలు పెరుగుతున్నాయి, ఏది ఏమి చేయాలో అతను నిర్ణయించుకోవాలి.

కథ

ఒకప్పుడు ఒక యువకుడు ఉండేవాడు. అతని పేరు రాజు. అతను ఒక సాధారణ వ్యక్తిగా కనిపించాడు, కానీ అతనిలో ఒక గొప్ప రహస్యం ఉంది.

రాజు ఒక అద్భుతమైన శక్తిని కలిగి ఉన్నాడు. అతను గాలిలో ఎగరగలడు మరియు రాళ్లను ఊపిరితో చిత్తు చేయగలడు. అతను ఈ శక్తిని ఎప్పుడూ ఉపయోగించలేదు, కానీ అది అతనిలో ఎప్పుడూ ఉంది.

ఒక రోజు, రాజు తన గ్రామాన్ని ఒక దుష్ట రాజు దండెత్తినప్పుడు, అతను తన శక్తిని ఉపయోగించాల్సి వచ్చింది. అతను దుష్ట రాజు సైన్యాన్ని ఓడించాడు మరియు తన గ్రామాన్ని రక్షించాడు.

రాజు తన శక్తిని ఉపయోగించి, అతను ప్రపంచం నుండి చెడును తొలగించడానికి ప్రయత్నించాడు. అతను అనేక ప్రమాదాలను ఎదుర్కొన్నాడు, కానీ అతను ఎల్లప్పుడూ విజయం సాధించాడు.

ఒక రోజు, రాజు ఒక చిన్న గ్రామానికి వెళ్ళాడు. గ్రామం ఒక దుష్ట మహిళచే పాలించబడుతోంది. మహిళ గ్రామస్తులను బానిసలుగా చేసి, వారి నుండి ధనాన్ని దోచుకుంటోంది.

రాజు ఈ దుష్టత్వాన్ని చూసి కోపంతో మండుతున్నాడు. అతను మహిళను ఓడించి గ్రామస్తులను విముక్తి చేయాలని నిర్ణయించుకున్నాడు.

రాజు మహిళను ఎదుర్కొన్నాడు. మహిళ ఒక శక్తివంతమైన మంత్రగత్తె. ఆమె రాజుపై ఒక శక్తివంతమైన మంత్రాన్ని ప్రయోగించింది.

రాజు మంత్రానికి లోబడిపోయాడు. అతను మహిళకు సహాయం చేయడానికి నిరాకరించాడు.

రాజు యొక్క స్నేహితుడు, రాము, అతనిని రక్షించడానికి వచ్చాడు. రాము మహిళను ఎదుర్కొన్నాడు మరియు ఆమెను ఓడించాడు.

రాజు మంత్రం నుండి విముక్తి పొందాడు. అతను గ్రామస్తులను విముక్తి చేశాడు మరియు మహిళను శిక్షించాడు.

రాజు తన పనిని పూర్తి చేశాడు, కానీ అతను ఒక నైతిక సంక్లిష్టతతో బాధపడ్డాడు. అతను మహిళను ఓడించడానికి తన శక్తిని ఉపయోగించాల్సి వచ్చింది. అది న్యాయమైనదా?

Chapter 3: The Twisted Trail

అధ్యాయం 3: వంకర మార్గం

దర్యాప్తులో లోతుగా దిగి, పరస్పర విరుద్ధంగా లేదా అసాధ్యంగా అనిపించే ఆధారాలు మరియు సూచనలను బయటపరుస్తుంది.

పద్యం

దర్యాప్తులో లోతుగా దిగుతూ, కథానాయకుడు ఆశ్చర్యకరమైన విషయాలను కనుగొంటాడు. పరస్పర విరుద్ధంగా లేదా అసాధ్యంగా అనిపించే ఆధారాలు మరియు సూచనలు, అతనిని మరింత ఆసక్తిగా మరియు చికాకుపరుస్తాయి.

కథ

ఒకప్పుడు ఒక యువకుడు ఉండేవాడు. అతని పేరు రాజు. అతను ఒక ప్రతిభావంతుడు, కానీ అతను ఏమి చేయాలో ఖచ్చితంగా తెలియదు.

ఒక రోజు, రాజు ఒక చిన్న గ్రామంలో ఒక హత్య గురించి విన్నాడు. అతను హత్యకు కారణాన్ని కనుగొనాలని నిర్ణయించుకున్నాడు.

రాజు దర్యాప్తులో మునిగిపోయాడు. అతను గ్రామస్తులతో మాట్లాడాడు, హత్య స్థలాన్ని పరిశోధించాడు, మరియు అన్ని ఆధారాలను సేకరించాడు.

రాజు తన దర్యాప్తులో లోతుగా దిగాడు. అతను కొన్ని ఆధారాలను కనుగొన్నాడు, అవి పరస్పర విరుద్ధంగా లేదా అసాధ్యంగా అనిపించాయి.

ఉదాహరణకు, ఒక ఆధారం చెప్పింది, హత్య చేసింది ఒక యువకుడు. మరొక ఆధారం చెప్పింది, హత్య చేసింది ఒక వృద్ధుడు.

రాజు ఈ ఆధారాలను ఎలా వివరించాలో తెలియదు. అతను మరింత ఆధారాల కోసం వెతకడం ప్రారంభించాడు.

రాజు తన దర్యాప్తులో కొనసాగాడు. అతను చివరికి హత్యకు కారణాన్ని కనుగొన్నాడు.

హత్యకు కారణం, ఒక భారీ కుట్ర. హత్య చేసింది ఒక యువకుడు, కానీ అతను ఒకేవాడు కాదు. అతని వెనుక ఒక శక్తివంతమైన వ్యక్తి ఉన్నాడు.

రాజు హత్యకు కారణమైన వారిని శిక్షించాడు. అతను తన దర్యాప్తులో విజయం సాధించాడు, కానీ అతను కనుగొన్న వాటితో షాక్‌కు గురయ్యాడు.

పరస్పర విరుద్ధంగా లేదా అసాధ్యంగా అనిపించే ఆధారాలను బయటపరచడానికి కొన్ని మార్గాలు:

- పాత్రలను అనుమానించడానికి ప్రేరేపించే సంఘటనలను రూపొందించండి.
- పాత్రల నుండి పరస్పర విరుద్ధమైన లేదా అసాధ్యమైన సమాచారాన్ని బయటపరచండి.

పాత్రలను ఒకరినొకరు అనుమానించేలా చేయండి.

ఈ మార్గాలను ఉపయోగించడం ద్వారా, మీరు మీ కథలో ఆసక్తి మరియు ఉత్కంఠను సృష్టించవచ్చు.

పాఠకులను ఉత్కంఠలో పెట్టేలా, చిక్కులు మరియు తప్పు సందేహాస్పదులు పరిచయం చేస్తుంది.

పద్యం

చిక్కులు మరియు తప్పు సందేహాస్పదులు, పాఠకులను ఉత్కంఠలో పెడతాయి. కథానాయకుడు ఏమి చేస్తాడో, వారికి తెలియదు.

కథ

ఒకప్పుడు ఒక యువకుడు ఉండేవాడు. అతని పేరు రాజు. అతను ఒక ప్రతిభావంతుడు, కానీ అతను ఏమి చేయాలో ఖచ్చితంగా తెలియదు.

ఒక రోజు, రాజు ఒక చిన్న గ్రామంలో ఒక హత్య గురించి విన్నాడు. అతను హత్యకు కారణాన్ని కనుగొనాలని నిర్ణయించుకున్నాడు.

రాజు దర్యాప్తులో మునిగిపోయాడు. అతను గ్రామస్తులతో మాట్లాడాడు, హత్య స్థలాన్ని పరిశోధించాడు, మరియు అన్ని ఆధారాలను సేకరించాడు.

రాజు తన దర్యాప్తులో లోతుగా దిగాడు. అతను కొన్ని ఆధారాలను కనుగొన్నాడు, అవి పరస్పర విరుద్ధంగా లేదా అసాధ్యంగా అనిపించాయి.

ఉదాహరణకు, ఒక ఆధారం చెప్పింది, హత్య చేసింది ఒక యువకుడు. మరొక ఆధారం చెప్పింది, హత్య చేసింది ఒక వృద్ధుడు.

రాజు ఈ ఆధారాలను ఎలా వివరించాలో తెలియదు. అతను మరింత ఆధారాల కోసం వెతకడం ప్రారంభించాడు.

రాజు తన దర్యాప్తులో కొనసాగాడు. అతను చివరికి హత్యకు కారణాన్ని కనుగొన్నాడు.

హత్యకు కారణం, ఒక భారీ కుట్ర. హత్య చేసింది ఒక యువకుడు, కానీ అతను ఒకేవాడు కాదు. అతని వెనుక ఒక శక్తివంతమైన వ్యక్తి ఉన్నాడు.

రాజు హత్యకు కారణమైన వారిని శిక్షించాడు. అతను తన దర్యాప్తులో విజయం సాధించాడు, కానీ అతను కనుగొన్న వాటితో షాక్‌కు గురయ్యాడు.

పాఠకులను ఉత్కంఠలో పెట్టడానికి కొన్ని మార్గాలు:

చిక్కులు మరియు తప్పు సందేహాస్పదులను సృష్టించండి.
పాత్రలను ప్రమాదంలో పడేలా చేయండి.
కథ యొక్క ముగింపును ఊహించడం కష్టతరం చేయండి.

ఈ మార్గాలను ఉపయోగించడం ద్వారా, మీరు మీ కథను మరింత ఉత్కంఠభరితంగా మరియు ఆసక్తికరంగా చేయవచ్చు.

ఈ కథలో, రాజు హత్యకు కారణాన్ని కనుగొనడానికి ప్రయత్నిస్తున్నప్పుడు, అతను అనేక చిక్కులు మరియు తప్పు సందేహాస్పదులను ఎదుర్కొంటాడు. ఈ చిక్కులు మరియు తప్పు సందేహాస్పదులు పాఠకులను ఉత్కంఠలో పెడతాయి.

పరిస్థితి యొక్క నైతిక సంక్లిష్టతలతో కథానాయకుడు పోరాడుతూ, అంతర్గత ఘర్షణను అన్వేషిస్తుంది.

పద్యం

నైతిక సంక్లిష్టతలతో పోరాడుతూ, కథానాయకుడు అంతర్గత ఘర్షణను అనుభవిస్తాడు. ఏది ఏమి చేయాలో, అతనికి తెలియదు.

కథ

ఒకప్పుడు ఒక యువకుడు ఉండేవాడు. అతని పేరు రాజు. అతను ఒక ప్రతిభావంతుడు, కానీ అతను ఏమి చేయాలో ఖచ్చితంగా తెలియదు.

ఒక రోజు, రాజు ఒక చిన్న గ్రామంలో ఒక హత్య గురించి విన్నాడు. అతను హత్యకు కారణాన్ని కనుగొనాలని నిర్ణయించుకున్నాడు.

రాజు దర్యాప్తులో మునిగిపోయాడు. అతను గ్రామస్తులతో మాట్లాడాడు, హత్య స్థలాన్ని పరిశోధించాడు, మరియు అన్ని ఆధారాలను సేకరించాడు.

రాజు తన దర్యాప్తులో లోతుగా దిగాడు. అతను కొన్ని ఆధారాలను కనుగొన్నాడు, అవి పరస్పర విరుద్ధంగా లేదా అసాధ్యంగా అనిపించాయి.

ఉదాహరణకు, ఒక ఆధారం చెప్పింది, హత్య చేసింది ఒక యువకుడు. మరొక ఆధారం చెప్పింది, హత్య చేసింది ఒక వృద్ధుడు.

32

రాజు ఈ ఆధారాలను ఎలా వివరించాలో తెలియదు. అతను మరింత ఆధారాల కోసం వెతకడం ప్రారంభించాడు.

రాజు తన దర్యాప్తులో కొనసాగాడు. అతను చివరికి హత్యకు కారణాన్ని కనుగొన్నాడు.

హత్యకు కారణం, ఒక భారీ కుట్ర. హత్య చేసింది ఒక యువకుడు, కానీ అతను ఒకేవాడు కాదు. అతని వెనుక ఒక శక్తివంతమైన వ్యక్తి ఉన్నాడు.

రాజు హత్యకు కారణమైన వారిని శిక్షించాడు. అతను తన దర్యాప్తులో విజయం సాధించాడు, కానీ అతను కనుగొన్న వాటితో షాక్‌కు గురయ్యాడు.

రాజు హత్య చేసిన యువకుడిని శిక్షించాలా వద్దా అనే దానితో పోరాడాడు. యువకుడు ఒక హంతకుడు, కానీ అతను చాలా చిన్నవాడు. అతను శిక్షించబడటానికి అర్హుడు, కానీ అతను మారగలడా?

రాజు ఈ ప్రశ్నలతో పోరాడాడు. అతను తన నైతికతతో పోరాడాడు. ఏది ఏమి చేయాలో, అతనికి తెలియదు.

చివరికి, రాజు యువకుడిని శిక్షించాలని నిర్ణయించుకున్నాడు. అతను యువకుడు మారగలడని ఆశించాడు, కానీ అతను ఆ ప్రమాదాన్ని తీసుకోలేకపోయాడు.

ప్రతినాయకుడి నిజమైన ఉద్దేశ్యాల యొక్క చిత్రాలు, ఉపశమనం లేని ప్రమాద భావాన్ని పెంచుతాయి.

పద్యం

ప్రతినాయకుడి నిజమైన ఉద్దేశ్యాల యొక్క చిత్రాలు, పాఠకులకు భయం మరియు ఆందోళనను కలిగిస్తాయి. అవి తెలియని, అనిశ్చితమైన భవిష్యత్తు యొక్క భావాన్ని సృష్టిస్తాయి.

కథ

ఒకప్పుడు ఒక యువకుడు ఉండేవాడు. అతని పేరు రాజు. అతను ఒక ప్రతిభావంతుడు, కానీ అతను ఏమి చేయాలో ఖచ్చితంగా తెలియదు.

ఒక రోజు, రాజు ఒక చిన్న గ్రామంలో ఒక హత్య గురించి విన్నాడు. అతను హత్యకు కారణాన్ని కనుగొనాలని నిర్ణయించుకున్నాడు.

రాజు దర్యాప్తులో మునిగిపోయాడు. అతను గ్రామస్తులతో మాట్లాడాడు, హత్య స్థలాన్ని పరిశోధించాడు, మరియు అన్ని ఆధారాలను సేకరించాడు.

రాజు తన దర్యాప్తులో లోతుగా దిగాడు. అతను కొన్ని ఆధారాలను కనుగొన్నాడు, అవి పరస్పర విరుద్ధంగా లేదా అసాధ్యంగా అనిపించాయి.

ఉదాహరణకు, ఒక ఆధారం చెప్పింది, హత్య చేసింది ఒక యువకుడు. మరొక ఆధారం చెప్పింది, హత్య చేసింది ఒక వృద్ధుడు.

రాజు ఈ ఆధారాలను ఎలా వివరించాలో తెలియదు. అతను మరింత ఆధారాల కోసం వెతకడం ప్రారంభించాడు.

రాజు తన దర్యాప్తులో కొనసాగాడు. అతను చివరికి హత్యకు కారణాన్ని కనుగొన్నాడు.

హత్యకు కారణం, ఒక భారీ కుట్ర. హత్య చేసింది ఒక యువకుడు, కానీ అతను ఒకేవాడు కాదు. అతని వెనుక ఒక శక్తివంతమైన వ్యక్తి ఉన్నాడు.

రాజు హత్యకు కారణమైన వారిని శిక్షించాడు. అతను తన దర్యాప్తులో విజయం సాధించాడు, కానీ అతను కనుగొన్న వాటితో షాక్‌కు గురయ్యాడు.

హత్యకు కారణమైన శక్తివంతమైన వ్యక్తి, రాజును బెదిరించాడు. అతను రాజును తన లక్ష్యాలను సాధించడానికి ఉపయోగించాలనుకున్నాడు.

రాజు భయపడ్డాడు. అతను ఏమి చేయాలో తెలియదు. అతను శక్తివంతమైన వ్యక్తిని ఎదుర్కోగలడా?

రాజు తన నిర్ణయం తీసుకునే ముందు, అతను హత్యకు కారణమైన శక్తివంతమైన వ్యక్తి యొక్క నిజమైన ఉద్దేశ్యాలను తెలుసుకోవాలనుకున్నాడు.

Chapter 4: The Turning Point
అధ్యాయం 4: మలుపు

కథానాయకుడు దర్యాప్తు దిశను మార్చే కీలకమైన ఆవిష్కరణ చేస్తాడు.

పద్యం

దర్యాప్తులో మునిగిపోయిన కథానాయకుడు, ఒక కీలకమైన ఆవిష్కరణ చేస్తాడు. అది దర్యాప్తు దిశను మారుస్తుంది.

కథ

ఒకప్పుడు ఒక యువకుడు ఉండేవాడు. అతని పేరు రాజు. అతను ఒక ప్రతిభావంతుడు, కానీ అతను ఏమి చేయాలో ఖచ్చితంగా తెలియదు.

ఒక రోజు, రాజు ఒక చిన్న గ్రామంలో ఒక హత్య గురించి విన్నాడు. అతను హత్యకు కారణాన్ని కనుగొనాలని నిర్ణయించుకున్నాడు.

రాజు దర్యాప్తులో మునిగిపోయాడు. అతను గ్రామస్తులతో మాట్లాడాడు, హత్య స్థలాన్ని పరిశోధించాడు, మరియు అన్ని ఆధారాలను సేకరించాడు.

రాజు తన దర్యాప్తులో లోతుగా దిగాడు. అతను కొన్ని ఆధారాలను కనుగొన్నాడు, అవి పరస్పర విరుద్ధంగా లేదా అసాధ్యంగా అనిపించాయి.

ఉదాహరణకు, ఒక ఆధారం చెప్పింది, హత్య చేసింది ఒక యువకుడు. మరొక ఆధారం చెప్పింది, హత్య చేసింది ఒక వృద్ధుడు.

రాజు ఈ ఆధారాలను ఎలా వివరించాలో తెలియదు. అతను మరింత ఆధారాల కోసం వెతకడం ప్రారంభించాడు.

రాజు తన దర్యాప్తులో కొనసాగాడు. అతను చివరికి ఒక కీలకమైన ఆవిష్కరణ చేశాడు.

ఆవిష్కరణ ఏమిటంటే, హత్యకు కారణం ఒక భారీ కుట్ర. హత్య చేసింది ఒక యువకుడు, కానీ అతను ఒకేవాడు కాదు. అతని వెనుక ఒక శక్తివంతమైన వ్యక్తి ఉన్నాడు.

ఈ ఆవిష్కరణ దర్యాప్తు దిశను మార్చింది. రాజు హత్యకు కారణమైన శక్తివంతమైన వ్యక్తిని కనుగొనడానికి కృషి చేయడం ప్రారంభించాడు.

రాజు తన దర్యాప్తులో కొనసాగాడు. అతను చివరికి హత్యకు కారణమైన శక్తివంతమైన వ్యక్తిని కనుగొన్నాడు.

రాజు హత్యకు కారణమైన శక్తివంతమైన వ్యక్తిని శిక్షించాడు. అతను తన దర్యాప్తులో విజయం సాధించాడు.

ఈ కథలో, రాజు ఒక కీలకమైన ఆవిష్కరణ చేస్తాడు. ఆవిష్కరణ హత్యకు కారణమైనవారిని గుర్తించడంలో రాజుకు సహాయపడుతుంది.

కథానాయకుడు దర్యాప్తు దిశను మార్చే కీలకమైన ఆవిష్కరణ చేయడానికి కొన్ని మార్గాలు:

- ఒక కొత్త ఆధారాన్ని కనుగొనండి.

విధేయతలు పరీక్షించబడతాయి, ద్రోహాలు మరియు కూటమికి దారితీస్తాయి.

పద్యం

విధేయతలు పరీక్షించబడతాయి, ద్రోహాలు మరియు కూటములు పుట్టుతాయి. ప్రపంచం అస్థిరంగా మారుతుంది, అంతర్గత ఘర్షణలు మరియు యుద్ధాలు మొదలవుతాయి.

కథ

ఒకప్పుడు ఒక చిన్న దేశం ఉండేది. దేశానికి ఒక ధర్మపరుడైన రాజు ఉన్నాడు. రాజు ప్రజలను ప్రేమించాడు మరియు వారి కోసం ఎల్లప్పుడూ పనిచేశాడు.

ఒక రోజు, దేశంపై ఒక శక్తివంతమైన దేశం దాడి చేసింది. దాడిలో రాజు మరణించాడు.

రాజు మరణంతో, దేశంలో అస్థిరత ఏర్పడింది. కొంతమంది ప్రజలు శక్తివంతమైన దేశంతో కలిసిపోవాలని అనుకున్నారు. మరికొందరు స్వాతంత్ర్యం కోసం పోరాడాలని అనుకున్నారు.

ఈ అస్థిరతలో, విధేయతలు పరీక్షించబడ్డాయి. కొంతమంది ప్రజలు తమ రాజ్యానికి విధేయత చూపారు. మరికొందరు శక్తివంతమైన దేశానికి ద్రోహం చేశారు.

ద్రోహం కారణంగా, శక్తివంతమైన దేశం దేశాన్ని ఆక్రమించింది. దేశం శక్తివంతమైన దేశం యొక్క ఒక భాగంగా మారింది.

శక్తివంతమైన దేశం దేశాన్ని పాలించడానికి తన సైన్యాన్ని ఉపయోగించింది. ప్రజలు శక్తివంతమైన దేశం యొక్క నియమాలకు కట్టుబడి ఉండాల్సి వచ్చింది.

శక్తివంతమైన దేశం యొక్క పాలనలో, ప్రజలు కష్టపడ్డారు. వారికి తక్కువ స్వేచ్ఛ ఉంది.

ఈ పరిస్థితులలో, కొంతమంది ప్రజలు స్వాతంత్ర్యం కోసం పోరాడటానికి సిద్ధమయ్యారు. వారు శక్తివంతమైన దేశం నుండి దేశాన్ని విముక్తి చేయడానికి కూటమి పెట్టుకున్నారు.

కూటమి యొక్క నాయకుడు ఒక యువకుడు. యువకుడు ధైర్యవంతుడు మరియు తెలివైనవాడు. అతను ప్రజలను స్వాతంత్ర్యం కోసం పోరాడటానికి ప్రేరేపించాడు.

కూటమి శక్తివంతమైన దేశం యొక్క సైన్యానికి వ్యతిరేకంగా పోరాడింది. పోరాటం చాలా కష్టమైనది, కానీ చివరికి కూటమి విజయం సాధించింది.

కూటమి విజయంతో, దేశం స్వాతంత్ర్యం పొందింది. ప్రజలు శక్తివంతమైన దేశం యొక్క నియమాల నుండి విముక్తి పొందారు.

ప్రతినాయకుడు ధైర్యమైన చర్య తీసుకుంటాడు, కథానాయకుడిని నిర్ణయాత్మక చర్య తీసుకోవలసి వస్తుంది.

పద్యం

ప్రతినాయకుడు ధైర్యమైన చర్య తీసుకుంటాడు, కథానాయకుడిని నిర్ణయాత్మక చర్య తీసుకోవాలని బలవంతం చేస్తాడు. కథ యొక్క దిశను మారుస్తుంది, కథానాయకుడిని ఒక కొత్త స్థాయిలో పరీక్షిస్తుంది.

కథ

ఒకప్పుడు ఒక చిన్న దేశం ఉండేది. దేశానికి ఒక ధర్మపరుడైన రాజు ఉన్నాడు. రాజు ప్రజలను ప్రేమించాడు మరియు వారి కోసం ఎల్లప్పుడూ పనిచేశాడు.

ఒక రోజు, దేశంపై ఒక శక్తివంతమైన దేశం దాడి చేసింది. దాడిలో రాజు మరణించాడు.

రాజు మరణంతో, దేశంలో అస్థిరత ఏర్పడింది. కొంతమంది ప్రజలు శక్తివంతమైన దేశంతో కలిసిపోవాలని అనుకున్నారు. మరికొందరు స్వాతంత్ర్యం కోసం పోరాడాలని అనుకున్నారు.

ఈ అస్థిరతలో, ప్రతినాయకుడు ఒక ధైర్యమైన చర్య తీసుకుంటాడు. అతను శక్తివంతమైన దేశానికి వ్యతిరేకంగా తిరుగుబాటు చేస్తాడు.

అతని తిరుగుబాటు విజయవంతమవుతుంది. అతను దేశానికి నాయకుడు అవుతాడు.

కథానాయకుడు ఒక యువకుడు. అతను రాజు యొక్క కుమారుడు. అతను తన తండ్రి రాజ్యాన్ని తిరిగి పొందాలనుకుంటాడు.

కథానాయకుడు ప్రతినాయకుడిని ఓడించడానికి ఒక ప్రణాళికను రూపొందిస్తాడు. అతను తన సహచరులతో కలిసి ప్రణాళికను అమలు చేస్తాడు.

ప్రణాళిక విజయవంతమవుతుంది. కథానాయకుడు ప్రతినాయకుడిని ఓడిస్తాడు. అతను రాజ్యానికి నాయకుడు అవుతాడు.

ఈ కథలో, ప్రతినాయకుడు ధైర్యమైన చర్య తీసుకుంటాడు. అతను శక్తివంతమైన దేశానికి వ్యతిరేకంగా తిరుగుబాటు చేస్తాడు. అతని తిరుగుబాటు విజయవంతమవుతుంది.

కథానాయకుడిని కూడా నిర్ణయాత్మక చర్య తీసుకోవలసి వస్తుంది. అతను తన తండ్రి రాజ్యాన్ని తిరిగి పొందాలనుకుంటాడు. అతను ప్రతినాయకుడిని ఓడించడానికి ఒక ప్రణాళికను రూపొందిస్తాడు. అతని ప్రణాళిక విజయవంతమవుతుంది.

ఈ కథలో, ప్రతినాయకుడు మరియు కథానాయకుడు రెండూ ధైర్యమైన చర్యలు తీసుకుంటారు. వారి చర్యలు కథ యొక్క దిశను మారుస్తాయి.

గణనీయమైన నష్టం లేదా విజయం యొక్క అవకాశంతో పందాలు మరింత పెరుగుతాయి.

పద్యం

పందాలు, గణనీయమైన నష్టం లేదా విజయం యొక్క అవకాశంతో, ఆకర్షణీయంగా ఉంటాయి. విజయం సాధించే అవకాశం, పందాలను మరింత ఉత్తేజకరంగా చేస్తుంది.

కథ

ఒకప్పుడు ఒక చిన్న గ్రామం ఉండేది. గ్రామంలో ఒక పేద రైతు ఉండేవాడు. రైతు తన పంటలను పండించడానికి చాలా కష్టపడ్డాడు, కానీ అతనికి ఎప్పుడూ చాలా డబ్బు ఉండేది కాదు.

ఒక రోజు, గ్రామంలో ఒక పందాల ట్రక్ వచ్చింది. ట్రక్లోని వ్యక్తులు ప్రజలకు పందాలు పెట్టమని ప్రోత్సహించారు. రైతు పందాల గురించి ఎప్పుడూ వినలేదు, కానీ అతను ఆసక్తిగా ఉన్నాడు.

రైతు ట్రక్లోకి వెళ్లి పందాలు పెట్టడం ప్రారంభించాడు. అతను తన డబ్బును చిన్న మొత్తంలో పెట్టాడు, కానీ అతను తరచుగా గెలిచాడు.

రైతు చాలా డబ్బు గెలిచాడు. అతను తన పంటలను పెంచడానికి మరియు తన కుటుంబానికి మంచి జీవితాన్ని ఇవ్వడానికి డబ్బును ఉపయోగించాడు.

రైతు పందాలలో గెలిచిన డబ్బుతో చాలా సంతోషంగా ఉన్నాడు. అతను పందాల గురించి మరింత తెలుసుకోవడం

ప్రారంభించాడు. అతను పందాలను ఎలా ఆడాలనే దానిపై పుస్తకాలు చదివాడు మరియు ఇతర పందాదారుల నుండి నేర్చుకున్నాడు.

రైతు పందాలలో చాలా నైపుణ్యం సంపాదించాడు. అతను తరచుగా పెద్ద మొత్తంలో డబ్బు గెలిచాడు. రైతు చాలా ధనవంతుడయ్యాడు మరియు అతని కుటుంబం చాలా సంతోషంగా జీవించింది.

పందాలు గణనీయమైన నష్టం లేదా విజయం యొక్క అవకాశంతో మరింత ఆకర్షణీయంగా ఉంటాయి. పందాదారులు తరచుగా తమ డబ్బును చాలా వేగంగా కోల్పోతారు, కానీ వారు విజయం సాధించే అవకాశం కోసం ఆడుతారు.

పందాలు కొన్నిసార్లు వ్యసనంగా మారతాయి. పందాదారులు తమ డబ్బును కోల్పోయినా కూడా పందాలు ఆడటం కొనసాగిస్తారు. వారు తమ జీవితాలను నాశనం చేసుకోవచ్చు.

పందాలు ఆడటం ముందు, ప్రమాదాలను అర్థం చేసుకోవడం ముఖ్యం. మీరు డబ్బును కోల్పోయే అవకాశం ఉందని గుర్తుంచుకోండి. మీరు పందాలు ఆడకూడదని నిర్ణయించుకుంటే, దానిని చేయండి.

Chapter 5: The Plunge into the Abyss

అధ్యాయం 5: అగాధంలో పతనం

కథానాయకుడు తీవ్ర అడ్డంకి లేదా వెనుకబాటును ఎదుర్కొంటాడు, వారి సంకల్పం మరియు తెలివిని పరీక్షిస్తూ.

పద్యం

కథానాయకుడు తీవ్ర అడ్డంకి లేదా వెనుకబాటును ఎదుర్కొంటాడు, వారి సంకల్పం మరియు తెలివిని పరీక్షిస్తూ. వారు విజయం సాధించాలనుకుంటే, వారికి తమ బలం మరియు మేధస్సును ఉపయోగించాల్సి ఉంటుంది.

కథ

ఒకప్పుడు ఒక యువకుడు ఉండేవాడు. అతని పేరు రాజు. రాజు ఒక ధైర్యవంతుడు మరియు తెలివైన యువకుడు. అతను తన దేశాన్ని ఒక గొప్ప ప్రదేశంగా మార్చాలనుకున్నాడు.

రాజు తన దేశంలోని ప్రజల కోసం ఒక కొత్త చట్టాన్ని రూపొందించాడు. చట్టం ప్రకారం, ప్రతి ఒక్కరూ చదువుకోవడానికి అర్హులవుతారు.

ఈ చట్టం ప్రజలలో చాలా వివాదాలకు దారితీసింది. కొంతమంది ప్రజలు చట్టాన్ని మద్దతు ఇచ్చారు, మరికొందరు దానిని వ్యతిరేకించారు.

చట్టాన్ని వ్యతిరేకించిన ప్రజలు రాజును తొలగించాలని నిర్ణయించుకున్నారు. వారు రాజుపై తిరుగుబాటు చేసారు.

తిరుగుబాటు చాలా ఘోరంగా మారింది. రాజు తన సైన్యంతో తిరుగుబాటుదారులను ఎదుర్కొన్నాడు.

యుద్ధం చాలా రోజుల పాటు కొనసాగింది. చివరికి, రాజు తిరుగుబాటుదారులను ఓడించాడు.

రాజు తిరుగుబాటును అణచివేయడానికి తన సంకల్పం మరియు తెలివిని ఉపయోగించాడు. అతను తన దేశంలోని ప్రజలకు ఒక మంచి నాయకుడుగా మారాలని నిర్ణయించుకున్నాడు.

రాజు తన నిర్ణయాన్ని అమలు చేయడం ప్రారంభించాడు. అతను ప్రజలకు చదువు నేర్పించడానికి పాఠశాలలను నిర్మించాడు. అతను తన దేశంలోని ప్రజల జీవితాలను మెరుగుపరచడానికి అనేక మార్గాలను కనుగొన్నాడు.

రాజు తన సంకల్పం మరియు తెలివిని ఉపయోగించి తన దేశాన్ని ఒక గొప్ప ప్రదేశంగా మార్చాడు.

**ఈ కథలో, రాజు తీవ్రమైన అడ్డంకి లేదా వెనుకబాటును ఎదుర్కొన్నాడు. అతను తన దేశంలోని ప్రజల కోసం ఒక కొత్త చట్టాన్ని రూపొందించాడు, అది ప్రజలలో వివాదాలకు దారితీసింది. ఈ వివాదాలను పరిష్కరించడానికి, రాజు తన సంకల్పం మరియు తెలివిని ఉపయోగించాల్సి ఉంది. అతను తన దేశంలోని ప్రజలకు ఒక మంచి నాయకుడుగా మారాలని నిర్ణయించుకున్నాడు.

చుట్టుపక్కల ప్రపంచం చీకటిమయమవుతుంది, నైతికంగా అస్పష్టంగా మారుతుంది.

పద్యం

చుట్టుపక్కల ప్రపంచం చీకటిమయమవుతుంది, నైతికత ఒక దూరదృష్టిగా మారుతుంది. కరుణ, దయ మరియు శాంతి, మానవుని ఆశలను మరియు కలలను నాశనం చేస్తాయి.

కథ

ఒకప్పుడు ఒక దేశం ఉండేది. దేశానికి ఒక ధర్మపరుడైన రాజు ఉండేవాడు. రాజు ప్రజలను ప్రేమించాడు మరియు వారి కోసం ఎల్లప్పుడూ పనిచేశాడు.

ఒక రోజు, దేశంపై ఒక శక్తివంతమైన దేశం దాడి చేసింది. దాడిలో రాజు మరణించాడు.

రాజు మరణంతో, దేశంలో అస్థిరత ఏర్పడింది. కొంతమంది ప్రజలు శక్తివంతమైన దేశంతో కలిసిపోవాలని అనుకున్నారు. మరికొందరు స్వాతంత్ర్యం కోసం పోరాడాలని అనుకున్నారు.

ఈ అస్థిరతలో, ప్రపంచం చీకటిమయమయ్యింది. నైతికత ఒక దూరదృష్టిగా మారింది.

కరుణ, దయ మరియు శాంతి నాశనం చేయబడ్డాయి. ప్రజలు ఒకరినొకరు హింసించడం ప్రారంభించారు.

ప్రపంచం ఒక భయానక ప్రదేశంగా మారింది.

ఈ కథలో, చుట్టుపక్కల ప్రపంచం చీకటిమయమవుతుంది, నైతికంగా అస్పష్టంగా మారుతుంది.

ఈ మార్పులకు అనేక కారణాలు ఉన్నాయి.

- యుద్ధం మరియు హింస: యుద్ధం మరియు హింస ప్రపంచాన్ని చీకటిమయమయ్యేలా చేస్తాయి. అవి నైతికతను నాశనం చేస్తాయి.

- అసమానత: అసమానత ప్రపంచాన్ని చీకటిమయమయ్యేలా చేస్తుంది. అది నైతికతను నాశనం చేస్తుంది.

- అజ్ఞానం: అజ్ఞానం ప్రపంచాన్ని చీకటిమయమయ్యేలా చేస్తుంది. అది నైతికతను నాశనం చేస్తుంది.

ఈ మార్పులను ఎదుర్కోవడానికి, మనం కలిసి పని చేయాలి.

- మనం శాంతి మరియు సహనం కోసం పోరాడాలి.

- మనం అసమానతను తగ్గించడానికి కృషి చేయాలి.

- మనం ప్రజలకు విద్య మరియు అవగాహన కల్పించాలి.

ఈ మార్గాలను అనుసరించడం ద్వారా, మనం చీకటిమయమైన ప్రపంచాన్ని మళ్లీ ప్రకాశవంతంగా మార్చగలము.

ఈ కథ ఒక హెచ్చరిక.

నైతికతను మనం నిర్లక్ష్యం చేస్తే, ప్రపంచం ఒక భయానక ప్రదేశంగా మారుతుంది.

మనం కలిసి పని చేస్తే, మనం మంచి ప్రపంచాన్ని సృష్టించగలము.

మంచి చెడువుల మధ్య గీతలు అలిగిపోతాయి, కథానాయకుడిని కష్టమైన ఎంపికలు చేయవలసి వస్తుంది.

పద్యం

మంచి చెడువుల మధ్య గీతలు అలిగిపోతాయి, కథానాయకుడిని కష్టమైన ఎంపికలు చేయవలసి వస్తుంది. నైతికత పూర్తిగా స్పష్టంగా ఉండదు, కథానాయకుడు తన హృదయాన్ని వినడానికి బలవంతం చేస్తారు.

కథ

ఒకప్పుడు ఒక దేశం ఉండేది. దేశానికి ఒక రాజు ఉండేవాడు. రాజు ఒక ధర్మపరుడైన మరియు న్యాయమూర్తిగా పేరుగాంచినవాడు.

ఒక రోజు, రాజు ఒక యువకుడిని పిలిచాడు. యువకుడు ఒక పేద రైతు కుమారుడు. అతను తన కుటుంబాన్ని పోషించడానికి ఒక దొంగగా మారినట్లు రాజుకు తెలిసింది.

రాజు యువకుడిని శిక్షించాలని కోరుకున్నాడు, కానీ అతను యువకుడి దుర్గతిని కూడా అర్థం చేసుకున్నాడు. రాజు యువకుడికి ఒక ఎంపిక ఇచ్చాడు. అతను తన పాత జీవితాన్ని తిరిగి పొందాలనుకుంటే, అతను ఒక కఠినమైన పనిని పూర్తి చేయాలి.

పని చాలా కష్టమైనది. ఇది యువకుడిని మరణానికి దగ్గరగా తీసుకెళ్ళింది. కానీ యువకుడు పనిని పూర్తి చేశాడు.

రాజు యువకుడిని క్షమించాడు మరియు అతనికి ఒక ఉద్యోగం ఇచ్చాడు. యువకుడు ఒక మంచి వ్యక్తిగా మారారు మరియు తన కుటుంబానికి ఒక మంచి జీవితాన్ని ఇచ్చారు.

ఈ కథలో, మంచి చెడువుల మధ్య గీతలు అలిగిపోతాయి.

రాజు యువకుడిని శిక్షించాలనుకున్నాడు, కానీ అతను యువకుడి దుర్గతిని కూడా అర్థం చేసుకున్నాడు.

యువకుడు తన పాత జీవితాన్ని తిరిగి పొందాలనుకుంటే, అతను ఒక కఠినమైన పనిని పూర్తి చేయాలి.

ఈ పని చాలా కష్టమైనది. ఇది యువకుడిని మరణానికి దగ్గరగా తీసుకెళ్ళింది.

కానీ యువకుడు పనిని పూర్తి చేశాడు.

రాజు యువకుడిని క్షమించాడు మరియు అతనికి ఒక ఉద్యోగం ఇచ్చాడు.

ఈ కథ ఒక హెచ్చరిక.

మంచి చెడుల మధ్య గీతలు అలిగిపోయినప్పుడు, మనం కష్టమైన ఎంపికలు చేయాల్సి ఉంటుంది.

మనం ఎటువైపు వెళ్తాము అనేది మన హృదయాన్ని వినడం మరియు మన నైతికతను అనుసరించడంపై ఆధారపడి ఉంటుంది.

ప్రతినాయకుడి ప్రణాళిక యొక్క నిజమైన పరిధి మరియు స్వభావం బయటపడుతుంది, ఆతృత మరియు ప్రమాద భావాన్ని పెంచుతాయి.

పద్యం

ప్రతినాయకుడు యొక్క ప్రణాళిక, చివరికి బయటపడుతుంది. అతని దుర్వినియోగం మరియు హింస, ప్రపంచాన్ని భయానకంగా మారుస్తుంది.

కథ

ఒకప్పుడు ఒక దేశం ఉండేది. దేశానికి ఒక రాజు ఉండేవాడు. రాజు ఒక ధర్మపరుడైన మరియు న్యాయమూర్తిగా పేరుగాంచినవాడు.

ఒక రోజు, ఒక వింత వ్యక్తి దేశంలోకి ప్రవేశించాడు. అతను ఒక మాయాజాలికుడు అని చెప్పుకున్నాడు. అతను రాజుకు తన మాయాజాలంతో దేశాన్ని సంపద మరియు శక్తితో నింపుతానని హామీ ఇచ్చాడు.

రాజు ప్రారంభంలో వ్యక్తిని నమ్మలేదు. కానీ వ్యక్తి తన మాయాజాలంతో కొన్ని అద్భుతమైన విషయాలు చేయడం ప్రారంభించాడు. రాజు ఆకట్టుకున్నాడు మరియు వ్యక్తిని తన సలహాదారుగా నియమించాడు.

వ్యక్తి రాజును ఒక చెడు మార్గంలో నడిపించాడు. అతను రాజును యుద్ధానికి ప్రేరేపించాడు, దీనివల్ల దేశం నాశనమైంది. అతను రాజును ప్రజలను పీడించడానికి

ప్రేరేపించాడు, దీనివల్ల దేశంలో హింస మరియు దురాగతం పెరిగాయి.

చివరికి, ప్రజలు రాజు మరియు వ్యక్తి యొక్క నిజమైన స్వభావాన్ని గ్రహించారు. వారు ఒక తిరుగుబాటును ప్రారంభించారు మరియు రాజును తొలగించారు.

వ్యక్తి తిరుగుబాటును అణచివేయడానికి ప్రయత్నించాడు, కానీ అతను ఓడిపోయాడు. అతను దేశం నుండి పారిపోయాడు, కానీ అతను ఎక్కడికి వెళ్లాడో ఎవరికీ తెలియదు.

ఈ కథలో, ప్రతినాయకుడి ప్రణాళిక యొక్క నిజమైన పరిధి మరియు స్వభావం బయటపడుతుంది.

ఈ ప్రకటన ఆతృత మరియు ప్రమాద భావాన్ని పెంచుతుంది.

ఇది ప్రజలను ఏమి జరుగుతుందో చూడటానికి ఆసక్తిగా ఉంచుతుంది.

ఈ కథ ఒక హెచ్చరిక.

దుర్వినియోగం మరియు హింస చివరికి నాశనానికి దారితీస్తుంది.

మనం మంచి మరియు న్యాయం కోసం పోరాడాలి, లేకపోతే మనం అందరూ ప్రమాదంలో ఉన్నాము.

Chapter 6: The Fight for Survival

అధ్యాయం 6: మనుగూడు పోరాటం

కథానాయకుడు ఇప్పటివరకు అతిపెద్ద సవాలును ఎదుర్కొంటాడు, ప్రతినాయకుడిని నేరుగా ఎదురుకుంటాడు.

పద్యం

కథానాయకుడు ఇప్పటివరకు అతిపెద్ద సవాలును ఎదుర్కొంటాడు, ప్రతినాయకుడిని నేరుగా ఎదురుకుంటాడు. అతనికి విజయం సాధించడానికి తన అన్ని బలం మరియు ధైర్యం అవసరం, లేకపోతే ప్రపంచం నాశనం అవుతుంది.

కథ

ఒకప్పుడు ఒక దేశం ఉండేది. దేశాన్ని ఒక దుర్మార్గుడు పాలించాడు. అతను ప్రజలను పీడించాడు మరియు హింసించాడు.

ఒక యువకుడు, అతని పేరు ప్రధాన పాత్ర, దుర్మార్గుడిని పడగొట్టడానికి ప్రయత్నించాడు. అతను ఒక సేనానిగా శిక్షణ పొందాడు మరియు దుర్మార్గుడి సైన్యంపై దాడి చేశాడు.

ప్రధాన పాత్ర చాలా దూరం వెళ్ళాడు. అతను దుర్మార్గుడి సైన్యాన్ని ఓడించాడు మరియు దుర్మార్గుడిని పట్టుకున్నాడు.

ప్రధాన పాత్ర దుర్మార్గుడిని శిక్షించాలని నిర్ణయించుకున్నాడు. అతను దుర్మార్గుడిని ఒక యుద్ధంలో ఎదుర్కొన్నాడు.

యుద్ధం చాలా ఘోరంగా మారింది. ప్రధాన పాత్ర మరియు దుర్మార్గుడు ఇద్దరూ గాయపడ్డారు.

చివరికి, ప్రధాన పాత్ర దుర్మార్గుడిని ఓడించాడు. అతను దుర్మార్గుడిని చంపాడు మరియు దేశాన్ని విముక్తి చేశాడు.

ఈ కథలో, కథానాయకుడు ఇప్పటివరకు అతి పెద్ద సవాలును ఎదుర్కొంటాడు.

అతను ప్రతినాయకుడిని నేరుగా ఎదుర్కొంటాడు.

ఈ సవాలు అతనికి విజయం సాధించడానికి తన అన్ని బలం మరియు ధైర్యం అవసరం.

అతను విజయం సాధిస్తాడా లేదా ఓడిపోతాడా అనేది చివరి వరకు తెలియదు.

ఈ కథ ఒక హీరోయిక్ కథ.

ఇది మనకు చెబుతుంది, మంచి ఎల్లప్పుడూ చెడును జయిస్తుంది.

మనం మంచి కోసం పోరాడుతుంటే, మనం ఎల్లప్పుడూ విజయం సాధిస్తాము.

ఈ కథ ఒక హెచ్చరిక కూడా.

దుర్మార్గులు ఎల్లప్పుడూ ఉన్నారు.

మనం వారిని ఎదుర్కోవడానికి సిద్ధంగా ఉండాలి.

కథానాయకుడి నైపుణ్యాలు మరియు సంకల్పాన్ని ప్రదర్శిస్తూ, చర్య తీవ్రతరం అవుతుంది.

పద్యం

కథానాయకుడి నైపుణ్యాలు మరియు సంకల్పం, చర్యను తీవ్రతరం చేస్తాయి. అతని పోరాటం మరియు ధైర్యం, ప్రేక్షకులను ఉత్తేజపరుస్తాయి.

కథ

ఒకప్పుడు ఒక దేశం ఉండేది. దేశాన్ని ఒక దుర్మార్గుడు పాలించాడు. అతను ప్రజలను పీడించాడు మరియు హింసించాడు.

ఒక యువకుడు, అతని పేరు ప్రధాన పాత్ర, దుర్మార్గుడిని పడగొట్టడానికి ప్రయత్నించాడు. అతను ఒక సేనానిగా శిక్షణ పొందాడు మరియు దుర్మార్గుడి సైన్యంపై దాడి చేశాడు.

ప్రధాన పాత్ర చాలా దూరం వెళ్ళాడు. అతను దుర్మార్గుడి సైన్యాన్ని ఓడించాడు మరియు దుర్మార్గుడిని పట్టుకున్నాడు.

ప్రధాన పాత్ర దుర్మార్గుడిని శిక్షించాలని నిర్ణయించుకున్నాడు. అతను దుర్మార్గుడిని ఒక యుద్ధంలో ఎదుర్కొన్నాడు.

యుద్ధం చాలా ఘోరంగా మారింది. ప్రధాన పాత్ర మరియు దుర్మార్గుడు ఇద్దరూ గాయపడ్డారు.

ప్రధాన పాత్ర తన నైపుణ్యాలు మరియు సంకల్పాన్ని ప్రదర్శించాడు. అతను దుర్మార్గుడి దాడులను ఎదుర్కొన్నాడు మరియు అతనిని ఓడించడానికి తన వంతు కృషి చేశాడు.

చివరికి, ప్రధాన పాత్ర దుర్మార్గుడిని ఓడించాడు. అతను దుర్మార్గుడిని చంపాడు మరియు దేశాన్ని విముక్తి చేశాడు.

ఈ కథలో, చర్య తీవ్రతరం అవుతుంది.

ప్రధాన పాత్ర మరియు దుర్మార్గుడు ఇద్దరూ గాయపడ్డారు.

అయితే, ప్రధాన పాత్ర తన నైపుణ్యాలు మరియు సంకల్పంతో పోరాడుతూనే ఉన్నాడు.

ఈ పోరాటం ప్రేక్షకులను ఉత్తేజపరుస్తుంది.

అతను చివరికి విజయం సాధిస్తాడా లేదా ఓడిపోతాడా అనేది చివరి వరకు తెలియదు.

ఈ కథ ఒక హీరోయిక్ కథ.

ఇది మనకు చెబుతుంది, మంచి ఎల్లప్పుడూ చెడును జయిస్తుంది.

మనం మంచి కోసం పోరాడుతుంటే, మనం ఎల్లప్పుడూ విజయం సాధిస్తాము.

ఈ కథ ఒక హెచ్చరిక కూడా.

దుర్మార్గులు ఎల్లప్పుడూ ఉన్నారు.

మనం వారిని ఎదుర్కోవడానికి సిద్ధంగా ఉండాలి.

ఈ కథ యొక్క కొన్ని కీలక అంశాలు ఇక్కడ ఉన్నాయి:

కథానాయకుడు ఒక ధైర్యవంతుడు మరియు నైపుణ్యం కలిగిన వ్యక్తి.

ఊహించని మలుపులు మరియు మలుపులు పాఠకులను ఉత్కంఠలో ఉంచుతాయి.

పద్యం

ఊహించని మలుపులు మరియు మలుపులు, పాఠకులను ఉత్కంఠలో ఉంచుతాయి. విషయాలు ఎలా ముగుస్తాయో తెలియక, పాఠకులు కథను ఆసక్తిగా చదువుతారు.

కథ

ఒకప్పుడు ఒక రాజ్యం ఉండేది. రాజ్యాన్ని ఒక ధర్మపరుడైన రాజు పాలించాడు. రాజు ప్రజలను ప్రేమించాడు మరియు వారి కోసం ఎల్లప్పుడూ పనిచేశాడు.

ఒక రోజు, ఒక వింత వ్యక్తి దేశంలోకి ప్రవేశించాడు. అతను ఒక మాయాజాలికుడు అని చెప్పుకున్నాడు. అతను రాజుకు తన మాయాజాలంతో దేశాన్ని సంపద మరియు శక్తితో నింపుతానని హామీ ఇచ్చాడు.

రాజు ప్రారంభంలో వ్యక్తిని నమ్మలేదు. కానీ వ్యక్తి తన మాయాజాలంతో కొన్ని అద్భుతమైన విషయాలు చేయడం ప్రారంభించాడు. రాజు ఆకట్టుకున్నాడు మరియు వ్యక్తిని తన సలహాదారుగా నియమించాడు.

వ్యక్తి రాజును ఒక చెడు మార్గంలో నడిపించాడు. అతను రాజును యుద్ధానికి ప్రేరేపించాడు, దీనివల్ల దేశం నాశనమైంది. అతను రాజును ప్రజలను పీడించడానికి ప్రేరేపించాడు, దీనివల్ల దేశంలో హింస మరియు దురాగతం పెరిగాయి.

చివరికి, ప్రజలు రాజు మరియు వ్యక్తి యొక్క నిజమైన స్వభావాన్ని గ్రహించారు. వారు ఒక తిరుగుబాటును ప్రారంభించారు మరియు రాజును తొలగించారు.

వ్యక్తి తిరుగుబాటును అణచివేయడానికి ప్రయత్నించాడు, కానీ అతను ఓడిపోయాడు. అతను దేశం నుండి పారిపోయాడు, కానీ అతను ఎక్కడికి వెళ్లాడో ఎవరికీ తెలియదు.

ఈ కథలో, ఊహించని మలుపులు మరియు మలుపులు పాఠకులను ఉత్కంఠలో ఉంచుతాయి.

ప్రారంభంలో, కథ ఒక సాంప్రదాయ రాజ్యం గురించి చెబుతుంది, దీనిని ఒక ధర్మపరుడైన రాజు పాలిస్తాడు.

కానీ త్వరలోనే, కథ ఒక వింత వ్యక్తి యొక్క ఆగమనంతో తిప్పికొట్టబడుతుంది. ఈ వ్యక్తి ఒక మాయాజాలికుడు అని చెప్పుకుంటాడు, కానీ అతను నిజంగా ఒక చెడు మనిషి.

ఈ మలుపు పాఠకులను ఉత్కంఠలో ఉంచుతుంది. వారు వ్యక్తి ఏమి చేస్తాడో చూడటానికి ఆసక్తిగా ఉన్నారు.

కథ ముగిసే వరకు, పాఠకులు ఏమి జరుగుతుందో తెలియదు.

ఫలితం అనిశ్చితంగా ఉంటుంది, పాఠకులకు చివరి విజేత ఎవరో తెలియదు.

పద్యం

ఫలితం అనిశ్చితంగా ఉంటుంది, చివరి విజేత ఎవరో తెలియదు, ఆతృత మరియు ఉత్కంఠ పాఠకులను చుట్టుముట్టాయి, కథ ముగిసే వరకు.

కథ

ఒకప్పుడు ఒక రాజ్యం ఉండేది. రాజ్యాన్ని ఒక ధర్మపరుడైన రాజు పాలించాడు. రాజు ప్రజలను ప్రేమించాడు మరియు వారి కోసం ఎల్లప్పుడూ పనిచేశాడు.

ఒక రోజు, ఒక వింత వ్యక్తి దేశంలోకి ప్రవేశించాడు. అతను ఒక మాయాజాలికుడు అని చెప్పుకున్నాడు. అతను రాజుకు తన మాయాజాలంతో దేశాన్ని సంపద మరియు శక్తితో నింపుతానని హామీ ఇచ్చాడు.

రాజు ప్రారంభంలో వ్యక్తిని నమ్మలేదు. కానీ వ్యక్తి తన మాయాజాలంతో కొన్ని అద్భుతమైన విషయాలు చేయడం ప్రారంభించాడు. రాజు ఆకట్టుకున్నాడు మరియు వ్యక్తిని తన సలహాదారుగా నియమించాడు.

వ్యక్తి రాజును ఒక చెడు మార్గంలో నడిపించాడు. అతను రాజును యుద్ధానికి ప్రేరేపించాడు, దీనివల్ల దేశం నాశనమైంది. అతను రాజును ప్రజలను పీడించడానికి ప్రేరేపించాడు, దీనివల్ల దేశంలో హింస మరియు దురాగతం పెరిగాయి.

చివరికి, ప్రజలు రాజు మరియు వ్యక్తి యొక్క నిజమైన స్వభావాన్ని గ్రహించారు. వారు ఒక తిరుగుబాటును ప్రారంభించారు మరియు రాజును తొలగించారు.

వ్యక్తి తిరుగుబాటును అణచివేయడానికి ప్రయత్నించాడు, కానీ అతను ఓడిపోయాడు. అతను దేశం నుండి పారిపోయాడు, కానీ అతను ఎక్కడికి వెళ్లాడో ఎవరికీ తెలియదు.

ఈ కథలో, ఫలితం అనిశ్చితంగా ఉంటుంది.

ప్రారంభంలో, కథ ఒక చెడు వ్యక్తి ఒక దేశాన్ని నాశనం చేస్తున్నట్లు చూపిస్తుంది.

కానీ చివరికి, ప్రజలు తిరుగుబాటు చేస్తారు మరియు చెడు వ్యక్తిని ఓడిస్తారు.

కానీ ఈ తిరుగుబాటు విజయవంతం అవుతుందో లేదో పాఠకులకు తెలియదు.

కథ ముగిసే వరకు, పాఠకులు చివరి విజేత ఎవరో తెలియదు.

ఈ అనిశ్చితి కథను మరింత ఆసక్తికరంగా మరియు ఉత్కంఠభరితంగా చేస్తుంది.

పాఠకులు చివరికి ఏమి జరుగుతుందో చూడటానికి ఆసక్తిగా ఉంటారు.

ఈ కథ ఒక ముఖ్యమైన సందేశాన్ని కూడా ఇస్తుంది.

Chapter 7: The Cost of Victory (or Defeat)

అధ్యాయం 7: విజయం (లేదా ఓటమి) యొక్క ధర

కథానాయకుడి చర్యల పరిణామాలు, విజయవంతమైనవి అయినా దుర్ఘటనలు సంభవించినా, పరిశీలించబడతాయి.

పద్యం

కథానాయకుడి చర్యల పరిణామాలు, విజయవంతమైనవి అయినా దుర్ఘటనలు సంభవించినా, పరిశీలించబడతాయి, కథ యొక్క మొత్తం చిత్రాన్ని పూర్తి చేస్తాయి.

కథ

ఒకప్పుడు ఒక రాజ్యం ఉండేది. రాజ్యాన్ని ఒక ధర్మపరుడైన రాజు పాలించాడు. రాజు ప్రజలను ప్రేమించాడు మరియు వారి కోసం ఎల్లప్పుడూ పనిచేశాడు.

ఒక రోజు, ఒక వింత వ్యక్తి దేశంలోకి ప్రవేశించాడు. అతను ఒక మాయాజాలికుడు అని చెప్పుకున్నాడు. అతను రాజుకు తన మాయాజాలంతో దేశాన్ని సంపద మరియు శక్తితో నింపుతానని హామీ ఇచ్చాడు.

రాజు ప్రారంభంలో వ్యక్తిని నమ్మలేదు. కానీ వ్యక్తి తన మాయాజాలంతో కొన్ని అద్భుతమైన విషయాలు చేయడం

ప్రారంభించాడు. రాజు ఆకట్టుకున్నాడు మరియు వ్యక్తిని తన సలహాదారుగా నియమించాడు.

వ్యక్తి రాజును ఒక చెడు మార్గంలో నడిపించాడు. అతను రాజును యుద్ధానికి ప్రేరేపించాడు, దీనివల్ల దేశం నాశనమైంది. అతను రాజును ప్రజలను పీడించడానికి ప్రేరేపించాడు, దీనివల్ల దేశంలో హింస మరియు దురాగతం పెరిగాయి.

చివరికి, ప్రజలు రాజు మరియు వ్యక్తి యొక్క నిజమైన స్వభావాన్ని గ్రహించారు. వారు ఒక తిరుగుబాటును ప్రారంభించారు మరియు రాజును తొలగించారు.

వ్యక్తి తిరుగుబాటును అణచివేయడానికి ప్రయత్నించాడు, కానీ అతను ఓడిపోయాడు. అతను దేశం నుండి పారిపోయాడు, కానీ అతను ఎక్కడికి వెళ్లాడో ఎవరికీ తెలియదు.

ఈ కథలో, కథానాయకుడి చర్యల పరిణామాలు పరిశీలించబడతాయి.

రాజు తన రాజ్యాన్ని మెరుగుపరచడానికి ఒక చెడు వ్యక్తిని నమ్మడం ద్వారా, అతను దానిని నాశనం చేస్తాడు.

ప్రజలు తిరుగుబాటు చేయడం ద్వారా, వారు తమ రాజ్యాన్ని విముక్తి చేయగలుగుతారు, కానీ ఈ విముక్తి చాలా ఖరీదైనది.

ఈ కథ ఒక ముఖ్యమైన సందేశాన్ని ఇస్తుంది.

అది ఏమిటంటే, మనం జాగ్రత్తగా ఎవరిని నమ్ముతున్నామో మరియు మనం ఎటువంటి చర్యలు తీసుకుంటున్నామో ఆలోచించాలి.

మన చర్యలకు శాశ్వతమైన పరిణామాలు ఉండవచ్చు.

దర్యాప్తు మరియు ప్రతినాయకుడితో పోరాటం యొక్క నిజమైన ధర బయటపడుతుంది.

పద్యం

దర్యాప్తు మరియు పోరాటం, నిజమైన ధర చెల్లించాల్సి వస్తుంది, ప్రేమ, స్నేహం మరియు జీవితం, అన్నీ కోల్పోవచ్చు.

కథ

ఒకప్పుడు ఒక చిన్న గ్రామం ఉండేది. గ్రామాన్ని ఒక ధర్మపరుడైన రాజు పాలించాడు. రాజు ప్రజలను ప్రేమించాడు మరియు వారి కోసం ఎల్లప్పుడూ పనిచేశాడు.

ఒక రోజు, ఒక వింత వ్యక్తి గ్రామంలోకి ప్రవేశించాడు. అతను ఒక మాయాజాలికుడు అని చెప్పుకున్నాడు. అతను గ్రామస్తులను మాయ చేసి, వారిని తన కోసం పని చేయించడం ప్రారంభించాడు.

రాజు ఈ విషయం తెలుసుకుని, దర్యాప్తు చేయడానికి ఒక యువకుడిని పంపాడు. యువకుడు వింత వ్యక్తిని కనుగొన్నాడు మరియు అతనితో పోరాడాడు.

యువకుడు వింత వ్యక్తిని ఓడించగలిగాడు, కానీ అతను కూడా గాయపడ్డాడు. యువకుడు గ్రామానికి తిరిగి వచ్చాడు, కానీ అతను మళ్లీ నడవలేకపోయాడు.

ఈ కథలో, దర్యాప్తు మరియు ప్రతినాయకుడితో పోరాటం యొక్క నిజమైన ధర బయటపడుతుంది.

యువకుడు తన దేశాన్ని రక్షించడానికి తన జీవితాన్ని కోల్పోయాడు.

ఈ కథ ఒక ముఖ్యమైన సందేశాన్ని ఇస్తుంది.

అది ఏమిటంటే, మంచి కోసం పోరాడటం ఖరీదైనది.

మనం మన జీవితాలను కూడా కోల్పోవచ్చు.

ఈ కథ యొక్క కొన్ని కీలక అంశాలు ఇక్కడ ఉన్నాయి:

- దర్యాప్తు మరియు ప్రతినాయకుడితో పోరాటం చాలా ఖరీదైనది.
- మనం మన జీవితాలను కూడా కోల్పోవచ్చు.
- మంచి కోసం పోరాడటం ఎల్లప్పుడూ సులభం కాదు.

కథానాయకుడు తన అనుభవాల యొక్క భావోద్వేగపరమైన మరియు మానసిక ప్రభావాన్ని ఎదుర్కొంటాడు.

పద్యం

అనుభవాలు, భావోద్వేగపరమైన మరియు మానసిక ప్రభావాలను కలిగిస్తాయి, కథానాయకుడు, వాటిని ఎదుర్కోవాలి.

కథ

ఒకప్పుడు ఒక యువకుడు ఉండేవాడు. అతని పేరు ప్రకాష్. ప్రకాష్ ఒక ధైర్యవంతుడు మరియు నైతిక వ్యక్తి. అతను తన దేశాన్ని రక్షించడానికి ఎల్లప్పుడూ సిద్ధంగా ఉన్నాడు.

ఒక రోజు, ప్రకాష్ ఒక దొంగల బృందంతో పోరాడాడు. ప్రకాష్ బృందాన్ని ఓడించగలిగాడు, కానీ అతను కూడా గాయపడ్డాడు.

ప్రకాష్ గాయపడినప్పుడు, అతను తన అనుభవాల యొక్క భావోద్వేగపరమైన మరియు మానసిక ప్రభావాన్ని ఎదుర్కొన్నాడు. అతను భయం, ఒత్తిడి మరియు దుఃఖాన్ని అనుభవించాడు.

ప్రకాష్ తన భావోద్వేగాలను ఎదుర్కోవడానికి కష్టపడ్డాడు. అతను తనకు ఏమి జరిగిందో అర్థం చేసుకోవడానికి ప్రయత్నించాడు.

ప్రకాష్ చివరికి అతని భావోద్వేగాలను ఎదుర్కొనడంలో విజయం సాధించాడు. అతను తన అనుభవాల నుండి నేర్చుకున్నాడు మరియు ఒక బలమైన వ్యక్తిగా మారారు.

ఈ కథలో, కథానాయకుడు తన అనుభవాల యొక్క భావోద్వేగపరమైన మరియు మానసిక ప్రభావాన్ని ఎదుర్కొంటాడు.

ప్రకాష్ భయం, ఒత్తిడి మరియు దుఃఖాన్ని అనుభవిస్తాడు.

అతను ఈ భావోద్వేగాలను ఎదుర్కోవడానికి కష్టపడతాడు, కానీ చివరికి విజయం సాధిస్తాడు.

ఈ కథ ఒక ముఖ్యమైన సందేశాన్ని ఇస్తుంది.

అది ఏమిటంటే, మన అనుభవాలు మనపై భావోద్వేగపరమైన మరియు మానసిక ప్రభావాన్ని చూపుతాయి.

మనం ఈ ప్రభావాలను ఎదుర్కోవడానికి సిద్ధంగా ఉండాలి.

కొన్ని కథనాల సూత్రాలకు ముగింపు ఇవ్వబడుతుంది, మరికొన్ని చర్చనకు అందుబాటులో ఉంటాయి.

పద్యం

కథనాల సూత్రాలు, కొన్ని ముగింపులతో, కొన్ని చర్చనకు అందుబాటులో, పాఠకులకు ఆలోచించడానికి అవకాశం ఇస్తాయి.

కథ

ఒకప్పుడు ఒక రాజ్యం ఉండేది. రాజ్యాన్ని ఒక ధర్మపరుడైన రాజు పాలించాడు. రాజు ప్రజలను ప్రేమించాడు మరియు వారి కోసం ఎల్లప్పుడూ పనిచేశాడు.

ఒక రోజు, ఒక వింత వ్యక్తి దేశంలోకి ప్రవేశించాడు. అతను ఒక మాయాజాలికుడు అని చెప్పుకున్నాడు. అతను రాజుకు తన మాయాజాలంతో దేశాన్ని సంపద మరియు శక్తితో నింపుతానని హామీ ఇచ్చాడు.

రాజు ప్రారంభంలో వ్యక్తిని నమ్మలేదు. కానీ వ్యక్తి తన మాయాజాలంతో కొన్ని అద్భుతమైన విషయాలు చేయడం ప్రారంభించాడు. రాజు ఆకట్టుకున్నాడు మరియు వ్యక్తిని తన సలహాదారుగా నియమించాడు.

వ్యక్తి రాజును ఒక చెడు మార్గంలో నడిపించాడు. అతను రాజును యుద్ధానికి ప్రేరేపించాడు, దీనివల్ల దేశం నాశనమైంది. అతను రాజును ప్రజలను పీడించడానికి ప్రేరేపించాడు, దీనివల్ల దేశంలో హింస మరియు దురాగతం పెరిగాయి.

చివరికి, ప్రజలు రాజు మరియు వ్యక్తి యొక్క నిజమైన స్వభావాన్ని గ్రహించారు. వారు ఒక తిరుగుబాటును ప్రారంభించారు మరియు రాజును తొలగించారు.

వ్యక్తి తిరుగుబాటును అణచివేయడానికి ప్రయత్నించాడు, కానీ అతను ఓడిపోయాడు. అతను దేశం నుండి పారిపోయాడు, కానీ అతను ఎక్కడికి వెళ్లాడో ఎవరికీ తెలియదు.

ఈ కథలో, కొన్ని సూత్రాలు ముగింపులతో ఇవ్వబడతాయి, మరికొన్ని చర్చనకు అందుబాటులో ఉంటాయి.

ఉదాహరణకు, రాజు ఎందుకు తప్పుడు మార్గంలో నడిచాడు అనేది ఒక చర్చనకు అందుబాటులో ఉన్న సూత్రం.

రాజు చాలా నమ్మకస్తుడు మరియు మాయాజాలం యొక్క శక్తిని అతిగా అంచనా వేశాడని కొందరు నమ్ముతారు.

మరికొందరు రాజు చాలా అహంకారి మరియు తన శక్తిని అధికంగా అంచనా వేశాడని నమ్ముతారు.

ఈ సూత్రం పాఠకులకు ఒక ఆలోచనను ఇస్తుంది మరియు వారు తమ స్వంత నిర్ణయం తీసుకోవడానికి అనుమతిస్తుంది.